ஏன் எனை மாற்றினாய் ..?

இயல்பினள் மங்கையர்க்கரசி

என்னுரை

ஒரு நாள் காதல் உணர்வின் உச்சத்திலும் மறுநாள் தியான நிலையின் உச்சத்திலும் நிற்க வைக்கும் கால அதிசயத்தை நோக்கி ஏன் எனை மாற்றினாய்..? என வினவி வினவி விடையற்ற வினாவினோடு மனித வாழ்வை மாற்றியமைக்கும் நோக்கத்தோடு மாண்டு மாண்டு பிறந்திருப்பேன் போலும்..ஆண்டு ஆண்டு அனுபவித்தாலும் காதல் எனும் மாயையின் கரையை கண்டவரில்லை. ஞான நிலையின் நீட்சத்தை வென்றவருமில்லை ஆயினுமென்ன காதலிக்காத - தியானிக்காத ஆன்மா பிறப்பிற்கும் இறப்பிற்கும் இடையில் அல்லாடுதல் போல பேதையிவள் வாழ்வெனும் வல்லூரு வாயில் சிக்கிய சிறுபறவையாய் காதலோடும் தியானத்தொடும் அல்லாடுகிறேன். அதையே உயிர்ப்பிரியும் முன் உங்களோடு பகிர்கிறேன். ஏன் எனை மாற்றினாய்..? என நான் எனது ஆன்மாவைச் சாடுதலே இத்தொகுப்பின் கவிதைச் சரம் சூடுதல். வாசிக்கும் ஒவ்வொரு ஆன்மாவையும் சரம் சூட்டி வணங்குகிறேன்.

நிலைத்த அன்புடன்
இயல்பினள் மங்கையர்க்கரசி,
88F, காமராஜ்நகர்,இட்டமொழி ரோடு,
சாத்தான்குளம்- 628 704
9443357084/9080021727

அணிந்துரையாய் ஒரு அன்புரை..!

பெண் இனம் இவள் தன் இனம் என பெருமை கொள்ளும் இயல்பினள் மங்கையர்க்கரசி. சுயம்பு கவி. தன்னைத் தானே செதுக்கிய சுய சிந்தனைக் கவி.

முதல் படைப்பு "செய்யெனச் செய்யும் காதலுக்கு" அணிந்துரைத்தவன் என்பதால் ஐந்தாம் படைப்பு "ஏன் எனை மாற்றினாய்" தொகுப்புக்கும் அதே அரிய வாய்ப்பு. கவிஞரின் நம்பிக்கைக்கு நன்றி .

எழுத்தில் சமுதாயத்தை சாடிடலாம்,சமதர்மம் பேசிடலாம்..ஆயினும் காதலை எழுதுதல் கடினம்.. அதிலும் காதலை கவிதையாய் வடிப்பது வெகு கடினம். வென்றிருக்கிறார் கவிஞர்.

காதலை எழுதுதல் கத்திமேல் நடப்பதை ஒக்கும். இலகுவாய் சொல்லும்போது காதலாவது இறுக்கமாய் சொல்லும்போது காமமாகிறது.

தடாகத்து நீர் தென்றலை சிலாகித்து தீக்காற்றுக்கு இலகி தன்னை இழக்கிறதே அது போல.

மூக்கோடு மூக்குரசும் முனுமுனுப்பு காதலெனில் அதில் மூச்சுக்காற்று மட்டுமே இணைய முனங்குதல் காமமாகிறது.

இதயம் தொட்டு பேசுதல் காதலாகும் போது சற்றே தவறி இடை தொட்டால் காமமாகிறது.

வெகு கவனமாய்,

கணிவாய், கண்ணியமாய்

கடந்திருக்கிறார் கவிஞர் ..எப்படி.? இதோ இப்படி -

காற்றின் வாசத்தில்

கலப்படம் செய்யாதே

உன் வாசம் வந்ததும்

உயிர் வாசம் திணறுதடி சகியே..!

விரல் பிடிக்கிறேன்

வேறிடம் தீண்ட

வேண்டாத வேட்கையோடு ..!

மல்லிகையை நகர்த்தி

முதலிடம் பிடிக்கிறாய்

மனமும் மணமும்

மறந்து மயங்குகிறேன்..!

பாதம் சுமக்கிறேன்

இரவெல்லாம் எனைச் சுமந்த

என்னவள் ஓய்ந்திருக்க..!

இலக்கியங்கள் திணறுது

இது என்ன புதுக்கலை

களைதலிலும் கயவன் லீலை ..!

அடடா.... அத்தனையும் சிலாகிப்பு ரகம் ....!

இலக்கிய தரத்தில் இலைமறை காயாய்

காதலையும் காமத்தையும் கணிசமாய் கலந்து கவிஞர் கனி ரசமாய் பகிர்ந்த தேன்.

படித்ததும் மகிழ்ந்தேன் - மலர்ந்தேன் - எனை மறந்தேன் .

கவிஞன் நானொரு காலக்கணிதம்.

கருபடுபொருளை உருப்பட வைப்பேன்.

இது சரியென்றால் இயம்புதல் என் தொழில் இவை தவறாயின் எதிர்ப்பது என் வேலை - என தான் கொண்ட கருத்திற்காக என்றும் நெஞ்சை நிமிர்த்துபவர் கண்ணதாசன்.

அந்த வரிசையில் இன்று இயல்பாய் நம் இயல்பினள் - உரிமையாய், உரமாய் தன் கருத்தை -

"உனக்கும் எனக்குமான உலகமிது..

ஊருக்கு ஒதுங்கிய தேசமிது

உன்னை நான் அனுமதிக்கிறேன்

என்னை நீ அனுமதி அவ்வளவே

வெளியில் நின்று வீண்பேசும்

வீனர்களின் வீரச்சவடால்களில்

வீழ்வதல்ல என தன்பு ".

உங்களுக்கு ஒப்புவிக்க நான்

ஊருக்கு நேர்ந்த சொத்தில்லை

உண்மையில் என் பண்பில் சொத்தையில்லை

உமக்கேதும் புரிந்திடுமோ மாக்களே..?

ஆஹா.... ஆஹா.... விண்ணுலகும் அதிர விரும்பியதை சொல்லல் போதாதா? குதர்க்கம் பேசும் குக்கல்கள் கூட்டத்தை குழி தோண்டி புதைக்கும் கவிஞரின் கூரிய வேட்கைக்கு சான்று.

காதலில் பொதுவாய் இருவகை. எனை நினை என வேண்டுதல் ஒன்று, ஏன் மறந்தாய் என வினவுதல் மற்றொன்று.

முதல் காதலில் ஏக்கமும் எதிர்பார்ப்பும் அதிகம்.. இரண்டாமதில் வேட்கையும் வேதனையும் அதிகம்..

ஏன் எனை மாற்றினாய் இரண்டாம் வகை போலும்

ஏன் எனை (ஏ)மாற்றினாய் என்றிருந்திருக்கலாமோ..?

காதல் ஒன்றும் கடவுள் இல்லையடா

அந்த கருமம் எல்லாம் ஹார்மோன் செய்யும் கலகம் தானடா .. வாலி எழுதியது.

அப்படித்தானோ என நினைத்திருந்திருந்தேன் .

இயல்பினளை படிக்க படிக்க இல்லை அது வேறொன்று வேறொன்று என மனம் பேச பேச உண்மை காண ஓடினேன் கூகுளை தேடி.. காதல் என்றால் என்ன?

அதுவும் சொன்னது.. அது ஒரு வகை மனம் சார்ந்த இனம்புரியா உணர்வு..

ஆக வாலி தோற்க இயல்பினள் வென்றார்..!

உனக்கென ஒரு வாய் ஊட்டியே உண்கிறேன்
யாருமற்ற எதிரிடத்தை நீயென பாவித்து ..!

யாரும் கண்டு கொள்ள
என்னோடு நீயில்லை
நானே கண்டு கொள்ள
எனக்குள்ளும் நானில்லை..!

தோல் நீக்கி விதைக்கும்
விதை முளைப்பதில்லை சகியே
உனை நீக்கி எனை
விதைக்க கருகுதெந்தன் மனமே..!

முகம் மட்டும் காட்டு
மற்றதெல்லாம் கானும்
வித்தை தெரியுமெனக்கு..!

என ஒப்பில்லா கவிதைகளை உள்ளமெல்லாம் விதைத்து விட்டு படிப்போர் மனத்தை எல்லாம் பாடாய் படுத்தி விட்டு

கற்சிலை கண்ட போதெல்லாம் உனை நினைத்தேனே அச்சிலை நீ கண்டாயா? அவ்விடம் வந்தாயா?

பார்க்கும் இடத்தில் நீ இருக்கிறாயா?

ஒரு வேளை பார்வையில்லாமல் இருக்கிறாயா ?

என்னைப் போல் அல்லாமல் எல்லாம் மறந்தாயா..?

என படித்தோர் அனைவரையும் பரிதவிக்க - புலம்ப விட்டு கவிதை அத்தனையும் வரும் நாள் இலக்கியத்தில் வகையாய் ஏற்றி விட்டு இத்தனைக்கும் பின்னே என் உயிரே என் மனம் என்றும் நீ எழுத காத்திருக்கும் வெற்றிடமே எனச் சொல்லி படைப்பை முடித்திருக்கும் கவிஞர் இயல்பினள் மங்கையர்க்கரசி..

தமிழாண்ட விதமும் காதல் தரம் சொன்ன சிரமும் இவர் யாரென விழி விரிய நோக்கினால் அட.. ஏதோ வாசம் என்னருகே .. என் சகவாசம். என் வாசம் அவர் மீதும் அவர் வாசம் என் மீதும் .. ஆம்..

நான் மாந்திய மார்பை தான் மாந்தி வளர்ந்தவர் .. என் தாயையும் தமிழையும் சொல்கிறேன் .

அன்பார்ந்த தமிழோரே...! இவர் என் சக உதிரி .. சகோதரி .. என் தங்கை .. தமிழ் ஆளும் நங்கை.. எங்கள் வீட்டு தங்க மங்கை.. என் தாய் தமிழை என்னோடும் பயின்றவர் என்பதினும் கர்வம் எனக்கெது வேண்டும் ..?

இயல்பினளே..! முத்தமிழாய் முழங்கி இயங்கும் தமிழே ..! உன்னால் தமிழ் ஓங்கட்டும் .. உன் புகழை தனியாய், தரமாய் தரணிக்கு சொல்லட்டும் ..!

அன்போடும் என்றும் அழியா தமிழ்க்காதலோடும் -

அன்பன் சுகு என்ற

மு.ச.சுகுமாரன்

தமிழ் / சமூக ஆர்வலன்

வாழ்த்துரை

அன்புத்தோழி மங்கையர்கரசி அவர்களின் "ஏன் எனை மாற்றினாய்..?" புத்தகம் அண்டவெளியெங்கும் நிறைந்து நிற்கும் மூச்சுக்காற்றிலிருந்து ஒரு மூச்சை பிரித்தறியும் பெரும் சூட்சமம் தியானத்தில் உண்டென்பதை உணர்ந்து உயிர்போடு சொல்லியிருக்கும் பாங்கு மிக அருமை.

எடுத்த இடத்திலேயே திருப்பிக்கொடுக்கும் கலை அறிந்த ஞானம் ஆச்சரியத்திலும் ஆச்சர்யம்.

மழைநீரில் சிலிர்க்கின்ற வேர்போல உள்மூச்சும், காதலும் வேர்வரை தீண்டி உடல் சிலிர்க்கும் என்பதை உள்ளதை உள்ளபடி உரைத்திருக்கிறாய்.

முத்தாய்ப்பாய் காற்றையும், காதலையும் ஒருநிலைப்படுத்தினால் அதுவே தியானம் என்று எடுத்துரைத்திருக்கிறாய்.

உன் எழுத்துக்களின் ஆழம் ஒவ்வொரு புத்தகத்திலும் கூர்தீட்டிய வேலாக ஜொலிக்கிறது. மென்மேலும் புதுப்புது எண்ணங்களை புத்தகங்களாக விதைக்க வேண்டி மனம் நிறைந்து வாழ்த்துகிறேன்.

அன்புடன்,

பானுமதி சுப்பிரமணியம்

(ஆச்சான்குளம் பாதுகாப்பு சங்கம்

ஒருங்கிணைப்பாளர் -கோவை)

சமர்ப்பணம்

உயிர் போர்த்திய கூடு வேறாயினும் பொங்கும்
எண்ணங்களை கவிதையாக்கும் ரசவாத மனமதை
நானாக்கிய பிரபஞ்ச பெருவெளிக்கு
இக்கவிதைகள் சமர்ப்பணம்.

ஏன் எனை மாற்றினாய் ..?

மூச்சுக் காற்றிலும்

முன்னூறு விதமறிகிறேன்

இல்லாத சப்தமெல்லாம்

இருப்பதாய் உணர்கிறேன்

மென்மையிலும் மென்மையானேன்

மேலுமொரு பிறவியானேன் ...!

என்னவேண்டும் உனக்கு ..?

என்னைப் பார்க்காதே ..!

என்னையும் கடந்துபோ

எல்லையை பெரிதுசெய்

வேண்டியதை தேடிஎடு

விருப்பங்கள் நிறைவுசெய்

ஓய்கையில் என்நினைவு

ஒருமுறை வந்தாலும் -காதல்

உலகம் நமதாகும்-என்னைத்தவிர

என்னவேண்டும் உனக்கு ...?

வியர்க்க வியர்க்க

வியக்கிறாய் - துடிக்கிறாய்

வேகமாய் துடைக்கிறாய்

இதற்கு ஆசைப்பட்டுதான்

இன்னும் உழைக்கிறேன் - சகியே ..!

தூரமென்ற வார்த்தையை

தூரம் செலுத்துகிறாய்

தொலைவிருந்த போதும்

தொடர்ந்து தெரிகிறாய்

யானென்ற என்னை

யாரோ ஆக்குகிறாய்

நானென்ற உன்னில்

நமதொன்றை தேக்குகிறாய் - சகியே ..!

எத்தனை பா எழுதினாலும்

அப்பாவைக்கு அகவற்பா

ஆகா தென்பதனால் என்

பார்வையில் எழுதுகிறேன் வஞ்சிப்பா – நீ

எங்கனம் இனியென்னை வஞ்சிப்பாய்..!

மறையும் கதிர்கள்

கண்களில் கூச்சமும்

மனதினில் வெளிச்சமும்

வீசி விழுகிறது மேற்கே..!

விழித்து கொண்ட மனதை

வீழ்த்த துடிக்குதென் யாக்கை...!

காற்றின் வாசத்தில்

கலப்படம் செய்யாதே

உன்வாசம் வந்ததும்

உயிர்வாசம் திணறுதடி - சகியே ..!

நிலவு அவள் எழும்புகிறாள்...!

நான் கூறிய கதையை

நாளெல்லாம் கேட்டுவிட்டு

வானில் தோன்றும் தொழில்

வந்ததடி சகியே - வருகிறேனென

நிலவு அவள் எழும்புகிறாள்

நிர்மூலம் ஆகிறேன் நான்...!

சாகாத் தமிழில் சந்தமிசைக்க
வேகா மனமெடுத்து விரும்பிவந்து
நோகா வார்த்தை தேடியெடுத்து
நெய்தல் செய்ததொரு கவிதையடி - நீ ...!

கவிதை என எழுத்துகளில்
அவள்முகத்தை வரைந்து வைத்தேன்
வாழ்தல் என்ற வகைக்காக
என்முகத்தை சிதைத்துச் செல்கிறாள்
வரைந்தது வரலாறாகலாம்
சிதைந்தது சீவன் பெறுமா ?

நீ விழிகளில் சாய்த்தபின்

நான் போர்வைக்குள்ளும் முழிக்கிறேன் ..!

விரல்தான் தீண்டினாய்

வேரிலும் துளிர்க்கிறேன்...!

பார்க்காதே ...!

பயமறியா மனமாயினும்

பையப்பைய வேர்க்கிறது ..!

உனக்கென ஒருவாய்

ஊட்டியே உண்கிறேன்

யாருமற்ற எதிரிடத்தை

நீயென பாவித்து...!

யாரும் கண்டுகொள்ள

என்னோடு நீயில்லை

நானே கண்டுகொள்ள

எனக்குள்ளும் நானில்லை ..!

இலையின் நரம்புகளிலும்

நம்பேரைத் தேடுகிறேன்

பசுமைத் தேசமெல்லாம்

காதலென்று நம்புவதனால் ...!

உன்னில் சொல்ல வேண்டியதை

நிலவைப் பார்த்து சொல்லிருக்கிறேன்

உன்வீட்டு மாடியில்

காத்திருக்கும் கண்டுகொள்...!

ஆய்ந்து ஓய்ந்துவிட்டேன்

காதலென்பது என்ன..?

மனதை களவாடிவிட்டு

காதலென்று சொல்கிறாய்

இதுதானா அது...?

போ..நீயும்நானும் பிரிந்திருப்போம்

ஆனாலும்-வாழும்

காதலென்று புரிந்திருப்போம்..!

அன்று சொன்னதையே

இன்றும் சொல்கிறேன்

நான் என்றும் இப்படியே

நீ என்றாவாய் என்படி..!

வேண்டாம் என்றால் வேண்டுமென்கிறாய்

வேண்டும் பொழுதில் தூரம்செல்கிறாய்

மருகி நானும் மாய்ந்துபோகிறேன்

உருகிவந்து உயிர்வளர்க்கிறாய் - காதல்..!

சிக்கிக்கொண்ட சிறு கூட்டிற்குள்

சவுகரியம் தேடும் பெரும்பேதமையைத்தான்

வாழ்வென்று வையகம் வழிமொழிகிறது

இல்லை என்று தெரிந்தாலும்

ஆமொன்று அடிபணிந்து ஆடியடங்குது-ஆன்மா..!

சித்ததிற்குள் யுத்தம் செய்கிறாய்

யுத்தகளத்தில் முத்தம் கொய்கிறாய்

முரண்பாட்டின் மொத்தம் ஆகிறாய்

முடியாமல் நான் மூர்ச்சையாகிறேன்-காதல்..!

தோல்நீக்கி விதைக்கும் விதை

முளைப்பதில்லை சகியே

உனைநீக்கி எனை விதைக்க

கருகுதெந்தன் மனமே -காதல்..!

முகம்மட்டும் காட்டு

மற்றதெல்லாம் காணும்

வித்தை தெரியுமெனக்கு-காதல்..!

மல்லிகையை நகர்த்தி

முதலிடம் பிடிக்கிறாய்

மனமும் மணமும்

மறந்து மயங்குகிறேன்-காதல்..!

தொட்டுக் கொண்டேன்

விட்டு விடாதபடிக்கு - உன்

மனதையும் உயிரையும்-காதல்..!

பாதம் சுமக்கிறேன்

இரவெலாம் எனைச்சுமந்த

என்னவள் ஓய்ந்திருக்க-காதல்...!

விரல் பிடிக்கிறேன்

வேறிடம் தீண்ட

வேண்டாத வேட்கையோடு-காதல்..!

பூவாசம் தாண்டி மணக்கிறாய் -உன்

நேசம் தாண்ட

தெரியாமல் திகைக்கிறேன்-காதல்..!

மூச்சிக்காற்றில் வெப்பம் சுமக்கிறாய்

உயிர்க் கூட்டில்

உன்னை அடைக்கிறேன்-காதல்..!

நீ-

காட்டியதெல்லாம் கண்டு கொண்டேன்

முகம்மட்டுமே நினைவில் கொண்டேன்-காதல்..!

இழந்து கிடக்கிறேன் என்னை

முடிந்தால் மீட்டுக் கொள்ளேன்

உன்னை இழந்து என்னை-காதல்..!

விழிப்பிற்குள் விழு

விழுந்ததும் எழு

அமிழ்ந்திடும் நிலையிலும்

அமைதிப்பழகு - தியானம்..!

உள்ளொளி கண்டெடு

ஒவ்வொன்றாய் இழந்திடு

மொத்தமாய் மீட்டெடு

முடிவினில் தொலைத்திடு - தியானம்..!

தூரத்தில் பார்த்திரு

அருகினில் அமைதிகொள்

வேறுநிலை வேண்டுமெனில்

வெற்றுருவில் நிலைகொள் - தியானம்..!

ஏதோ ஒன்றில் சரணடை

உடலால் முற்றிலும் மரணமடை

உயிர்க்கூடு மேல்எழும்ப

உடல்கூட்டை கழற்றிநில் - தியானம்..!

அந்த இடம் அழகென்றால்

இந்த இடம் துறந்துநில்

இரண்டிடமும் நாட்ட மென்றால்

இயல்பினில் நிலைகொள் - தியானம்..!

வேண்டுவன எடுத்திடு

எடுத்தவிடத்திலே கொடுத்திடு

மீண்டுமொரு பொழுதில்

மீளாத தேடல்கொள் - தியானம்..!

மனப்பறவையின் சிறகெடு

வனம்முழுதும் பறந்திடு

வந்தமரும் வேளைவந்தால்

வானவெளியில் ஓய்வெடு - தியானம்..!

கண்களை மூடிக்கொள்

கண்டதெலாம் திறக்கட்டும்

மறைவிருந்த மனத்திருடன்

மயக்கத்தில் வீழட்டும்-தியானம்..!

எல்லோரிடமும் பேசியிரு

எதுவிடத்தும் நகர்ந்துநில்

உன்னொளி பெருகப்பெருக

ஊமையென்றொரு கோலம்கொள்-தியானம்..!

எளிமையில் ஆடைநெய்

விழிப்பினில் விரதம்கொள்

பசிகடந்திட பசித்திரு

புசிக்கத் தந்தாலும் புறம்நில்-தியானம்..!

உருவம் மறைத்து

அருவத்தில் அலைந்திரு

கருவம் கலைத்து

காட்சிக்கு எளிமைகொள் - தியானம்..!

கண்காணும் காட்சியெலாம்

மனதிற்குள் எழுதியழி

மனம்சொல்லும் வித்தையெலாம்

கண்ணிற்குள் காட்டிநில்-தியானம்..!

மேகத்திடை மோகம் சொல்

வேகத்திலொரு விவேகம் கொள்

காற்றெனும் வாகனம் ஏறி

கடினத்தை பொடியினம் செய்-தியானம்..!

நானென்பதை நீமறந்திரு

நீயென்பதை காற்றில் விதைத்திடு

உள்வரும் சுவாசத்தை

உயிர்கொண்டு போகவிடு

மறுவுயிர் பூப்பதை நின்

மாண்டஉயிர் பார்க்கவிடு - தியானம்..!

யார்வந்தாலும் சிரித்திரு

போவோரையெல்லாம் பார்த்திரு

நிலையாமையெனும் நிர்மூலத்தில்

நீக்கமற்று நிறைந்திரு -தியானம்..!

ஓடும் கடலும்

ஒருவிடத்தில் நிலைத்திருக்க

தேடும் உடலில்

கண்டடைய வசித்திரு - தியானம்..!

வேண்டுவன வாரிக்கொள்

காலம் வந்தால் விடவேண்டுமென்ற

கட்டளையில் கவனம் கொள் - தியானம்..!

நகத்தின் மிச்சம்கூட

அகத்தின் உச்சமாகி

செகத்தினும் பெரிதென்றாதல் - காதல்...!

காட்சிக்கு மறைந்ததை
காலமெலாம் கண்ணில் உடுத்தியே
பொய்யாகவேனும் சிரிக்கும் -காதல்..!

நகர்த்திக்கொள் விரல்களை
நான் திருடனில்லை என்றாலும்
தீண்டும்எண்ணம் தோன்றுதடி -காதல்...!

இதழ் விரிதல்

பூத்தல் எனபெயராமே ..?

சிரித்து சரிக்கிறாய்

மணத்தில் மாய்கிறேன் -காதல்..!

உன்னை-

பூட்டிகொள்ளும் எண்ணம் கொண்டு

கெண்டையில் சலங்கை பூட்ட

மாட்டிக்கொண்ட மனமெடுத்து எனை

மயிலிறகால் நீவுகின்றாய் - காதல் ...!

எனக்குள் உடுத்திக் கொண்டேன்
என்னையே உடுத்திக் கொள்
அறிவினை அப்புறம் நகர்த்தி
மடமையில் மாளிகை செய்வோம் - காதல்..!

விழிப் படலங்கள் வெளிப்படையாய்
விட்டு வைக்கும் இடமெல்லாம்
மனப்படலங்கள் மாய்ந்து மாய்ந்து
மனப்பாடம் செய்துபார்த்தல் - காதல் ...!

குங்கும நிறம் மறந்து

கொண்டு வந்த கரம்நினைக்க

வண்டாடிய செண்டின் மணம்

திண்டாடியவள் தேகம் சுரக்க

திகட்டுதல் இல்லாதின்பண்டம் - காதல் ...!

காற்றோடு காதலை

முறித்துக் கொண்டேன் நேற்றோடு

வேரோடு பிடுங்கியேனும்

நட்டுவிடேன் உன்னோடு - காதல் ...!

உமிழ்நீரில் உயிர் வளர்க்கும்

உன்னத விதை தூவி

அன்பென்ற அன்பதை

ஆண்டுகொள்ளும் வித்தை -காதல்....!

வெறுங் கூட்டிற்கு ஒரு

கற்பனைக் கூட்டை

கட்டிக் கழிப்பதிந்த

வாழ்வடி ஞானப்பெண்ணே..!

அடையாளம் காணக்கூடா

ஆன்மாவை அழைத்து

அன்பில் குழைத்து

தேனையும் நஞ்சையும்

தேவைக்கு இணைத்து

உருவம் கொடுத்து

உருகி வழியுதொரு -காதல்..!

எதையும் கூர்ந்து நோக்கியறியாத

என்னையும் எதோ கூர்ந்திடக்கண்டு

இயல்புமாறி இன்பம்கூடி

இழையோட - இளமைவழிபோட

எல்லோரையும் போல நானும்

என்னை இழந்து பெற்றதிந்த - காதல் ...!

எரிக்க வேண்டாமென்னை..!

புதைத்து விதைத்திடுங்கள் ..!

அணுவிற்குள் உறங்கும்

அத்தனை காதல் விதையும்

அங்கேனும் முளைத்து

அன்பை வீசட்டும் காற்றாய் - காதல் ...!

அதிகமாய் வெறுத்ததாலோ

அனாவசியமென கழித்ததாலோ

அனைத்துமாகி உண்ணுகின்றாய்

பேதையிவள் பிழையறியா

பிஞ்சுமன நெஞ்சமதை - காதல் ...!

நரம்புகளும் எலும்புகளும்

நாதம் இசைக்கும் -

இனம் புரியா

இம்சையில் விளையும் -

வினோத லீலையை

விரும்பி விரும்பி

சுவைத்தல் - காதல்..!

ஒதுங்கி நடக்கிறேன்..

ஓய்வில்லா இந்நெரிசலில்

நானும் என்தேடலும்

சுயமிழக்க கூடுமாகையால்..!

மூச்சிவிட மறக்கிறேன்

முழுஇடமும் நீயென்றால்

காற்று கதவடைக்கிறது

கொஞ்(சு)சம் காதலை

கொஞ்சநேரம் தள்ளிவை ...!

நான் திணறுதல்

நித்தமும் நடப்பதுதான்

நீ-திணறுதல் ரசிக்கிறேன்

உன்னில் கற்றுத் தேர்ந்ததுதான் ..!

இலக்கியங்கள் திணற

இதென்ன புதுக்கலை..?

களைதலிலும் கயவன்லீலை ...!

எழுதிவைக்கிறேன் ஏடெடுத்து

மீதிவைக்காத உன்கலையை...!

பனித்துளிகள் படரட்டும் ..!

உனக்கும் அதேவேலையா..?

கொலுசுகள் நழுவுகின்றன

கொண்டவன் நின்குரல் - என்

கூடுகடக்கும் வேளையிலே ...!

ஆயுதயெழுத்திற்கு நீயளித்த

அத்தனை விளக்கத்தையும்

அறியாமையில் கேட்டுவிட்டு

அறிந்தவயதில் தேடுகிறேன்

அருகிருந்தவனே நீஎங்கே ...?

ஒருத்திஎ ன்றெண்ணி

ஒருமலர்எ டுத்துச்சென்றால்

அங்கொரு-தீ ஆயிரமாய்

அவதரித்து அபகரித்தாலெனை ..!

புறம்கூறும் பொதுப்பண்பே..!

சந்துக்குள் நின்று புறம்பேசுவோர்
சகதிபூசி சிரித்துச் செல்வோர்
இவர்களுக்கு ஏதும் இடமில்லை
இவள் நடத்தும் ராஜாங்கத்தில் ...!

உனக்கும் எனக்குமான உலகமிது
ஊருக்கு ஒதுங்கிய தேசமிது
நான் உன்னை அனுமதிக்கிறேன்
நீயென்னை அனுமதி அவ்வளவே..!

வெளியில் நின்று வீண்பேசும்
வீணர்களின் வீரச் சவடால்களில்
வீழ்ந்து போவதில்லை எனதன்பு
வீரம் ஒன்றே எனதியல்பு...!

உங்களுக்கு ஒப்புவிக்க நான்

ஊருக்கு நேர்ந்த சொத்தில்லை

உண்மையில் என்பண்பில் சொத்தையில்லை

உமக்கேதும் புரிந்திடுமா மேதையல்லா -மாக்களே..!

அவளைச் சொல்லுவதாய்

அவளிடம் சொல்லிவிட்டேன்

எதிர் பார்த்திருப்பாள்

என்பதற்காக மட்டுமல்ல

எனை ஏற்றிருப்பாள்

என்பதற்காகவும் எழுதுகிறேன் ..!

உருவம் கடந்து

உள்ளத்தால் உருக்குகிறாள்

பேதை என்நெஞ்சில்

பேரின்பம் பெருக்குகிறாள்...!

எதையோ தேடியே

என்போலே அவளும்

அன்பெனும் ஆழிக்குள்

அலையென அலைகிறாள்..!

மலையில் நின்றுகொண்டு

மடுகூடக் கடக்கலையேவென

மங்கை என்னிடமே

மலைப்பூட்டும் மலையாகிறாள் ...!

சலிப்பூட்டும் உனக்கேவென

சங்கிலில் பூட்டுகிறேன்

நட்பெனும் நம்காதலை

நான் மட்டுமே எழுதுகிறேன்...!

ஊடலில்(ன்) முதல் எழுத்தை

உனக்காக மாற்றி

காதலுடன் காத்திருக்கிறேன்

தேடலின் முடிவே - நான்

தேடுமிடம் நீயென்று ...!

எழுத எத்தனையோ ...

செய்யஎ வ்வளவோ ...

இருப்பினும் இதை

மட்டுமே செய்கிறேன் - காதல்..!

தோல்வி எனும் செடியில்

மீண்டும் மீண்டும்

பூக்கிறது முயற்சிபூ- காதல்..!

அருவங்கள் ஆர்ப்பரிக்கின்றன

உருவங்கள் ஒதுங்கிக்கொள்ள

சருமங்கள் நீர்த்த உருவில்

சாக்காட்டின் கூப்பாட்டில்

இதோ...சாதாரணமாய் நான் ....!

மாளாக்காதலில் என் சாதல் ..!

உனதெனது-

வலக்கையும் இடக்கையும்

வசமிழந்து வலமிடமாய்

வலம்வந்த நிமிடங்களில்

அக்கினி குண்டம் தாண்டுவதாய்

அன்போடு பார்த்துக் கொண்டோம்..!

பற்றிய விரல்களை

பையப்பையப் மேலும் பற்ற

எதோ குளிர்ந்த தீ

இதயத்தை எரிக்கக் கண்டோம் ...!

விரல்கள் ஊடே

விரலோடி விருப்பத்தைத் தேடி

விழிகள் நான்கு மட்டும்கூடி
விடியும் வேளை பிரிந்தோம் ...!

அந்த ஒற்றைத் தருணத்திலே
ஆதியும் அந்தமுமாய்
மீதி வாழ்கையுமாய்
மீளவியலாக் கல்லறைக்குள்
மீண்டும் மீண்டும் நான்மட்டும்
மீளாமல் மாளுகின்றேன்....!

எங்கிருந்து பார்த்தாலும்
எனக்கு நானே தெரிவதுபோல்
மனதை பாடம் செய்துள்ளேன்
பிரபஞ்ச பிரதிபளிப்பில்
நான்மட்டுமே இனி நானாகிறேன்..!

பயம் கொள்ளாதே..!
கைகொண்ட உளி
கையாள்வது என்னை மட்டுமே
உன்னை நான் செதுக்குதல்
உன்னை விட எனக்கேவலி..!

இல்லா சிறகுகளை விரித்து

பொல்லா பூமிதனில் பறக்க

நில்லா மனதோடு நாளும்

நீங்கா கனவுகள் காணும்

அடங்கா மனதினை நானும்

அங்கா – இங்காவெனத் தேடுகிறேன்

ஆதலினால் மாயையில் வாடுகிறேன்- இதற்கு

வாழ்வென்று பெயரிட்ட வஞ்சகனைச் சாடுகிறேன்..!

காலம் காலமாய்

கூவிக்கொண்டிருப்பதை விடுத்து

கூடுகட்ட கற்றுக்

கொள்ளலாம் இந்தக் குயில்கள்..!

அமர்ந்து விட்டேன்

ஆன்மாவின் ஆழம்காண..!

என்னையே வைத்தவிழி

எப்பொழுதும் மூடாமல்

அதுவும் இப்படித்தான்

ஆவல்கொண்டு கிடக்குதாம்..!

பித்துக்களின் பேருருவம்

ஆசையின் அசையாத்தூண்

ஓடிஓடி உள்ளிழுக்கும்சுழி

தேடித்திரிந்தே ஓயுமொளி

பூக்காமல் காய்க்கும்மரம்

பூமியில் இதன்பேர் - மனம் ...!

இலைகள் உதிர்ந்ததும் - அவை

சருகுகள் ஆவதுபோல்

இறகுகள் ஆவதில்லை - ஆதலினால்

நான் இறகாகிறேன்..!

உள் நாதம் ஒலிக்கிறது

உள்ளே ஒளிந்து கொண்டு

ஒன்று ஒன்றாய் திருடும்

உயிர்க் கூட்டின் ரசவாதம்

உருகிடும் பெருவலி பேரின்ப

ஓலங்கள் அத்தனையும் எனக்குள்ளே

உள் நாதமாய் ஒலிக்கிறது ...!

இருந்து விட்டுப் போகட்டும்

இதுவும் ஒரு அனுபவமாய்

கடந்துநின்று பார்க்கும்

காலத்தோடு நானும் காதலனாய்...!

சிலவேளை

எழுதித்தான் கடக்கிறேன்

எழுத்தை தின்றே வாழ்கிறேன்

நிஜமான நினைவுகளை

நித்தம் சுமந்தாலும் சித்தம்

சுத்தம் செய்யத் துடிக்கும்

சுருதி குறைந்த வாழ்வை எழுதித்தான் கடக்கிறேன்

யாருமற்றாலும் நில்லா அலை போல

பெயரற்ற அன்பை பெருவெளியில் தேடியபடி....!

உனக்கு கேட்கிறதா

கிளை உதிர்ந்த இலை

இல்லையினி வாழ்வென

விழும் பொழுதினும்

விருப்பத்தோடு கிளையை

முத்தமிட்டு உதிரும் சத்தம்..!

என்னைத் தேடாதீர்கள்

இன்னும் நான் தொலைந்து விடவில்லை

நீங்களாவது என்னை தொலைத்து விடாதீர்கள்

நானும் தேடிக் கொண்டுதான் இருக்கிறேன்..!

இத்தனை வேகம் எடுத்து

இகமெல்லாம் கடக்கும்

மனம் உண்பதென்ன

நிகழ்த்த முடியா நினைவுகளையா..?

தூற்றிக்கொள்..!

இறுக்கம் குறைத்து மெதுமெதுவாய்

இல்லையினிபிரிவென்ற சொல்லைக்கொன்று

விடுவித்துக் கொள்கிறேன் –கைகளை..!

கைக்கிளை நாடகமதில் எனக்கில்லை

வேஷமென்றுநீ துவேஷம்கொண்டு தூற்றினாலும்

பொய்யாய்ச் சிரித்து மெய்யை வருத்தும்

புதுவேடம் புனைய மனமின்றி மெதுமெதுவாய்

விடுவித்துக் கொள்கிறேன் கைகளை..!

பெருங்கடல் தாண்டும் சிறு பறவை
சிறகுலர்த்தும் சந்தர்ப்பத்தில் சிலதுளியேனும்
சிந்தையில் நினைக்கும் - இணையாய்
பிணையில் சிக்கிய பெருவாழ்வில்
கணை தொடுக்கும் உன் - நினைவுகள்..!

தற்காக்கும் தகவமைப்பை தள்ளிவைத்து
தலை கொடுக்கிறேன் - கொய்து கொள்(ல்)
உயிரற்ற உடலில் தலை
இருந்தால் - இழந்தால் என்ன?
நீயற்ற நினைவுகளுக்கு நிறமுண்டா என்ன..?

எனக்குப்பிடிக்கும் என்னைக் கொன்று

எல்லோருக்கும் பிடிக்க என்னை வார்க்கிறேன்

அவர்களைக் கொல்லாத அவர்களுக்கு சமர்ப்பணம்..!

நீ இருப்பதால் நான் இருக்கிறேன்- நீ

எங்கென்றும் நான் எதற்கென்றும் தெரியாமல்..!

சற்றுமுன் உந்தன்

நெற்றியைத் தொட்டகாற்று

விட்டுச்சென்ற சத்தமதில்

வந்தசந்தமது என்பேரே..!

தெளிந்த பார்வை தான்

தெரிந்த முகங்கள் தான்-ஏனோ

நீ மட்டும் தெரியாத என் கண்கள்...!

அசையாமல் கிடக்கிறாய்

இறந்து விட்டாயாம்-ஆகநானும்

இறந்து விட்டேன் -ஆயினும்

அசைந்தழுகிறேனே உயிரே..!

யாராகவும் ஆக வேண்டாம்-நீ

நீயாகி விடுகிறேன்-நான்...!

சதா கனவில் இருக்கிறேன்

சாகா உன்னையும் என்னையும்

வேகாவெளியில் கண்டு களிக்கிறேன்

குமுறி அழும் யாரோ

குறிதவறி என்மேல் சரிய

விழித்தெழுந்து பார்க்கிறேன்

விரைத்துக் கிடக்கும் நம்மை

வாழ்ந்திருக்கலாமே மக்கா என்று

வயிற்றில் அடித்தபடி சாகடித்த உறவுகள்...!

நிலத்தால் உறிஞ்சப்படாத நீர்

வெறுப்பில் ஓடிக்கொண்டிருக்கிறது நதியாய்

நின்னால் நேசிக்கப்படாத நான்

வாழ்ந்து கொண்டிருப்பது போல...!

நிலவின் ஒளியை நீ

கண்டுகொண்டிருப்பது தெரியாமல் உனை

ஒளிகொண்டு தேடுகிறது நிலவு...!

நான் சிதறும் துளியிலெல்லாம்

நீயே தெரிவதனால் எனை

சிதைக்காமல் விட்டு விடாதே.

புதைக்காமல் விட்டாலும் நீர்பட்டால்

விதை முளைக்காமல் விடாதுபோல - நானடி...!

காலம் மாறிவிட்டது

காதல் ஏற்றுக் கொள்ளப்படுகிறது

காதல் என்ன என்பதில்தான்

நம்மிருவருக்கும் குழப்பமாய் இருக்கிறது...!

என் எழுத்தை படிக்க

யாரோ ஒருத்தியாய்

என்றோ ஒரு நாள் நீ வருவாய்

அன்றேனும் புரிந்து கொள்

எழுத்தாய் நான் எதிரில் நீ

பிரிவதில்லை நாம்..!

உன்னிடம் இருக்கும் எல்லாமே

என்னுடையது என்பது பேராசைதான்

உனக்குள் இருந்த என்னை

என்னிடமே விட்டுச்சென்ற பின்தான் புரிகிறது..!

இலக்கிய நயம் தொட்டு

ரசவாதம்செய்து கவியெழுத விரும்பவில்லை

உன்னையுமென்னையும் எழுதியெழுதி மாய்கிறேன்

இறக்கா எழுத்தைதந்து இப்படியே

இறந்து விட்டாலும் போகிறேன்..!

ஊதுபத்திக்குள் உறங்கிக் கிடந்த மணம்

தீ-தொட்டதும் விடுபடுதல் போல

உறவுகளால் சிறைப்பட்ட மனம்

நீ-தொட்டதும் விழித்தெழுது காண்..!

உணவு கூட முப்பொழுது தான்

உன் நினைப்பு மட்டுமே எப்பொழுதுமாய்...!

கடலும் காதலும் ஒன்றா?

கரையில் முட்டினாலும்

மையத்தில் மௌனம் கொள்ளும்

கடல்போல் இல்லை இந்தக்காதல்..!

முன்னைப் போலவும் இல்லை

உன்னைப் போலவும் இல்லை

ஏதோ ஒரு பாதையில்

நீரோடும் திசையிலோடும்-உயிர்

நீர்த்த இலைபோல இதோ

ஏதோத்தள்ள இயங்குது என்னுயிர்..!

ஆவியோடு பேசுகிறேன்

அதனோடு வாழ்கிறேன்

பயப்படாதே- உன் ஆவிதான்

நீ யாரோடு வாழ்ந்தால் என்ன

விட்டு சென்ற உயிர் மூச்சு

என்னோடல்லவா வாழ்கிறது..?

வசம் இழக்கிறேன்

புவிஈர்ப்பில் தனை இழந்து

பூமிவிழும் பூக்கள் போல

உன் ஈர்ப்பில் விழுந்த என்னால்

நியூட்டன் விதிகள் நியமம் இழக்கின்றன..!

காய்ந்த மரம் போல்

காலம் கடந்தப் பழகிக்கொண்டேன்

ஏதோ ஒன்றையும் ஈர்க்காமல்-கடத்தாமல்

யார் தொட்டாலும் துளிர்க்காமல்-ஆனால்

நெருப்பொன்று தொட்டுவிடாமல்
பார்த்துக்கொள்கிறேன்..!

கூத்தாடும் கூற்றுவனின் கையில்

காதலெனும் கயிறு கட்டவிழ்கிறது- கவனம்..!

பிறப்பெடுத்த பொழுது

பிறந்த உந்து விசையில்

பிறவிப் பெருங்கடல் நீந்துகிறேன்...!

இடையில் வந்தேனடி

இயக்கம் நிறுத்தும் சுக்கானாகிறாய்?

சுக்குச் சுக்காய் சிதைக்கிறாய்

சூட்சும சூத்திரத்தால் சுயமிக்காமல் நீந்துகிறேன்

ஜென்மஜென்மமாய் வந்துவந்து கொள்ளும்

ஜெயிக்கமுடியா காதலால் இப்பிறப்பும் கொள்ளாதே

அன்பென்னும் மாயையில் ஆன்மாவை ஆழ்த்தாதே..!

தனித்து இயங்குகிறேன்

தனிமையில் வாழ்கிறேன்

சமூக சத்தங்கள் கேட்காத

வினோத வித்தை பழகுகிறேன்

எத்தனை கடந்தாலும்

அன்பென்னும் மாயை மட்டும்

அடியமர்ந்து உன் மந்திரம் ஜெபிக்கிறது

மரணம் வரையிலும் அதுவே ஜெயிக்கிறது..!

நோக்கமற்ற புன்னகையை

நோய் தீர்க்கும் அருமருந்தை

தருவது போல் தந்தாய் -பின்

தீரும் வரை உறிஞ்சிய

தேன்கூட்டைப் போல்

வென்று வாழ்வை பரிசளித்து

வேறிடம் சென்று விட்டாய்

காதலெனும் போர்வையில்

காலனை விதைக்கிறாய்-பின்

உயிர்வேறினை முறித்து

கேள்விகேட்கும் மனமதை முடிக்கிறாய்

காதலுக்கும் காலனுக்கும் மட்டும்

மரணமில்லா மருந்தைக் கொடுக்கிறாய்..!

இந்த நூற்றாண்டின் சிறந்த காதலி நீ..!

பிறவிப் பெருங்கடலில் என் தேடல்

பலமுறை இறந்த பின்னும்
மீண்டும் மீண்டும் பிறக்கிறேன்

சரி சப்தம் இல்லாமல் இம்முறை
சரியாக ஆணாகப் பிறந்து விட்டேன்
நீயும் வந்து விட்டாயா
நான் இருக்கும் இடம் கண்டாயா?

முழு பெண்ணென வந்தாயா?
முன்வினை அனைத்தும் தொலைத்தாயா?
நான் ஆணாய் நீ பெண்ணாய்
நாம் இருவரும் ஒன்றாக
இத்தனை பிறவி கடந்து இதோ
எங்கெங்கோ பிறந்து விட்டோம்..!

ஊழ்வினை மொத்தமும்

உருகி வழிந்து விட்டது

முன்வினை பாவம் எல்லாம்

முந்தைய பிறவியோடு முடிந்துபோனது

கருவிழிகள் காத்து கிடக்கிறது

காணக்கிடைக்காத உன்னுருவம் காண

நீயும் தேடுகிறாயா என்னைப்போல?

தேடித்தேடி தேய்கிறேன்

அம்மாவாசை அடுத்த நிலவுபோல்

ஆவலோடு மீண்டும் வளருகிறேன்..!

கண்டதும் நீகவிழ்ந்து விட வேண்டும் என்று

கலையனைத்தும் கவனமாய் பயிலுகிறேன்

நேர்மையாகவும் நிமிர்ந்த நடையுமாய் நீ

வரும் திசை நோக்கி அலைகிறேன்

வருடங்கள் ஓடுது உயரம் கூடுது
வரவேண்டிய உன் ஜீவன் தேடி
வாழ வேண்டிய என் ஜீவன் வாடுது

வந்து வந்து போகின்றனர்
வந்தவர் அனைத்தும் உன் சாயல்

நடைவரையில் சிலர்-பேச்சோடு பலர்
மூச்சோடு ஒருத்தி
முட்டி முட்டி மோதினாள்
நீதான் அவள் என்று
நீங்காதகாதல் செய்தேன்
நீயில்லை அவள் என்று
நீங்கினாள் அவள் ஒரு நாள்..!

தேடித்தேடி திணறியாயிற்று

ஓடிஓடி உனைநாடி

உயிர் கசிந்துகசிந்து

ஊரார் வைத்த விஷவார்த்தையில்

தப்பி பிழைத்து தாங்கிக்கிடக்கிறேன்

என்று வருவாய் என்னுயிரே?

கடல் நீர் அனைத்திலும்

கால்நனைத்தேனே நீயும்சென்று நனைத்தாயா?

என் தொடுதல் உணர்ந்தாயா?

காற்று முழுதும் உன் பெயரை

காலங்காலமாய் சொன்னேனே

இப்பிறவியில் அப்பெயரிலையோ உனக்கு?

என்ன பெயர் கொண்டாய் என்னவளே?

எங்கிருக்கிறாய் என்னுயிரே?

பாதி வாழ்க்கை முடிந்தது

போகும் நேரம் வரையில்

போனவள் வர மாட்டாயோ ?

விழி நீரில் வழிவதெல்லாம்

கடந்த பிறவி வாழ்வென்றோ?

சொன்னால் புரியுமோ?

சொந்தங்கள் அறியுமோ?

உன்னைச் சேரவே

உருகி உருகி சாகவே

செத்துச் செத்துப் பிழைக்கிறேன்

செந்தூரமே உன்னைச் சேர

வந்தோரில்எல்லாம் தேடுகிறேன்..!

உன் விரல் சாயலில் சிலர்

உன் நடை அழகில் சிலர்

உன் சிணுங்கும் சிரிப்பில் சிலர்

உன் கூடல் வித்தையில் சிலர்

உன் கோப அன்பில் சிலர்

எத்தனை பேர் கடந்தேன்

உன்னை என்று கடப்பேன்?

ஒவ்வொன்றாய் தேடுகிறேன்

ஒவ்வொன்றிலும் தேடுகிறேன்

நீ என்றே நம்பி நாடுகிறேன்

நீ இல்லை என்றதும் ஓடுகிறேன்..!

ஆயிரம் ஆயிரம் கடந்து விட்டேன்

என்று வருவாய் என்னுயிரே?

என்னில் ஊற்றிய உன்னையும்

உன்னில் ஊற்றிய என்னையும்

பிறவி பிறவியாய் சுமந்து திரியும்

பேதைகள் நாம் இருவரும்

இந்த பிறவியாவது இணைவோமா?

நான் வெயில் தொடும் இடத்திலும்

நீ மழை தீண்டும் இடத்திலும்

மாறிமாறி பிறந்து விட்டோமோ?

காலநிலை மாற்றத்தினால்

காதல்நிலை மறந்து விட்டோமோ?

என் உயிர் வேட்கை

எப்பிறப்பும் மாறலியே

உன் உயிர்ச்சேர்க்கை நீங்கி

வேறேதுவும் எண்ணத்தில் இல்லையே

என்று வருவாய் என்னுயிரே?

என்றேனும் என்னை கடந்தாயோ?

கண்ணில்லா கபோதியாய்

காணாமல் விட்டேனோ?

கற்சிலை கண்டபோதெல்லாம்

உன்னை நினைத்தேனே

அச்சிலை நீ கண்டாயா?

அவ்விடம் வந்தாயா?

கால்த்தடம் பதித்த இடம்

உன் கால்கள் கடந்ததா?

காத்திருந்த என் உடலின்

பிம்பப் பெருநிழல் கண்டாயா?

இருக்கிறாயா இல்லையா?

காற்றிலும் கனவிலும்

நினைவிலும் இருட்டிலும்

எழுதியெழுதி அனுப்புகிறேன் எனதிருப்பை
பார்க்கும் இடத்தில் நீ இருக்கிறாயா?
ஒருவேளை பார்வையில்லாமல் இருக்கிறாயோ?

என்னைப்போல் அல்லாமல் எல்லாம் மறந்தாயோ?
முட்பிறப்பு வாசனை முற்றும் துறந்தாயோ?
செப்பிய சொல்லெலாம்
செல்லாமல் போனதோ?
செலவிட்ட நேரங்கள் வீணாய் போகுமோ?
உனக்காக நான் எடுத்த இறுதிப்பிறப்பு
உண்மையிந்த அன்பென்றால் ஒன்றாகும்
மறந்தாய் நீ என்றால்
மறுபிறப்பின்றி மரிக்கும்
இறுதிப் பிறப்பாயிற்றே
இருப்பது எங்கே என்னுயிரே..?

www.ingramcontent.com/pod-product-compliance
Lightning Source LLC
LaVergne TN
LVHW090425210926
848480LV00002B/693
9798905608933